Ridvángarðurinn

Sagan um Rivdánhátíðina fyrir börn

Eftir Alhan Rahimi

Alina Onipchenko myndskreytti

Höfundarréttur © 2023 Alhan Rahimi
hello@alhanrahimi.com

ISBN: 978-1-990286-11-7 (kilja)
ISBN: 978-1-990286-12-4 (innbundin)

Sagan er byggð á sannsögulegum atburðum

Höfundur: Alhan Rahimi
Myndskreyting: Alina Onipchenko

Þakkir fá Ingibjörg Guðmundsdóttir, Erna Ýr Öldudóttir og Marta Aðalheiður Hinriksdóttir fyrir að hjálpa með íslenskt málfar.

Öll réttindi áskilin. Bókina má ekki afrita, að hluta til eða í heild, svo sem með ljósritun, prentun, hljóðritun, eða á annan sambærilegan hátt, án skriflegs leyfis höfundar og útgefanda. Undanskildar eru stuttar tilvitnanir sem hluti af bókmenntagagnrýni.

Bókin er gefin út með samþykki Andlegs þjóðarráðs baháʼía í Kanada.

Bókin er tileinkuð

**öllum í heiminum sem þraukuðu
heimsfaraldurinn 2020, 2021**

Einu sinni var næturgali sem átti heima í fallegum garði með mörgum yndislegum trjám og litríkrum blómum. Hann hafði gaman af því að fljúga á milli trjánna og syngja með fallegu röddinni sinni...

Ég bý í þessum garði,
hann nafnið Ridván ber.
Ég vildi að fólkið vissi,
hve dýrðlegur hann er.

Einn daginn fann næturgalinn á sér að eitthvað var öðruvísi. Þá söng hann hátt og flögraði um æstur. Vinir hans tóku undir sönginn og flugu með honum. Næturgalinn hafði rétt fyrir sér. Sérstakur gestur var að koma í garðinn…

Ég bý í þessum garði,
hann nafnið Ridván ber.
Ég vildi að fólkið vissi,
hve dýrðlegur hann er.

Gesturinn var Bahá'u'lláh. Hann var á ferðalagi frá borginni Baghdád til annarrar borgar langt í burtu sem heitir Konstantínópel. Hann nam staðar í garðinum, sem var rétt fyrir utan Baghdád, til þess að fólkið sem elskaði hann gæti kvatt hann. Hann bjó í tjaldi í garðinum í tólf daga.

Bahá'u'lláh naut þess að vera á þessum stað. Þegar hann gekk á milli blómanna og trjánna sungu næturgalarnir fyrir ofan hann. Einn þeirra var næturgalinn okkar...

Ég bý í þessum garði,
hann nafnið Ridván ber.
Ég vildi að fólkið vissi,
hve dýrðlegur hann er.

Á hverjum degi áður en sólin kom upp, tíndu garðyrkjumennirnir rósir meðfram stígunum fjórum í garðinum.

Þeir settu rósirnar í hrúgu á gólfið í tjaldi Bahá'u'lláh. Hrúgan varð svo há að vinirnir sem komu til að heimsækja hann og drekka með honum morgunte, sáu ekki hver annan yfir hrúguna.

Bahá'u'lláh rétti vinum sínum rósirnar áður en þeir fóru, svo þeir gætu gefið þær vinunum sem komust ekki til að hitta hann.

Sumar nætur á meðan vinir hans sváfu gekk Bahá'u'lláh fram og aftur um stígana í garðinum. Söngur næturgalanna var svo hávær að rödd Bahá'u'lláh heyrðist varla.

Á meðan Bahá'u'lláh dvaldi í garðinum sagði hann fólkinu sem kom til hans að hann væri boðberi Guðs. Það merkir að hann flytur mannkyni sérstakan boðskap frá Guði.

Á níunda degi kom fjölskylda hans í Ridvángarðinn. Tjöld voru reist fyrir hana líka.

Á tólfta degi yfirgáfu Bahá'u'lláh og fjölskylda hans garðinn. Hann reið á hesti og hóf sitt langa ferðalag.

Þó að næturgalinn okkar væri hryggur eins og allir aðrir yfir að Bahá'u'lláh væri farinn, gladdist hann samt yfir hve margir komu til að kynnast honum. Næturgalinn söng áfram…

Ég bý í þessum garði,

hann nafnið Ridván ber.

Ég gleðst því fólkið veit nú,

hve dýrðlegur hann er.

Þessir tólf dagar eru nú haldnir hátíðlegir af milljónum manna um allan heim sem Ridvánhátíðin.

Heimildir:

Revelation of Bahá'u'lláh, 1. bindi, eftir Adib Taherzadeh

Tvenndarbirtingin, fjórða bókin í Ruhi námshringnum

www.ingramcontent.com/pod-product-compliance
Lightning Source LLC
Chambersburg PA
CBHW042055050526
44107CB00110B/1181